சுற்றுச்சூழல் பொருளாதாரம்

மா.அமரேசன்

சுற்றுச்சூழல் பொருளாதாரம்

ஆசிரியர் : **மா.அமரேசன்**

உரிமை : ஆசிரியருக்கு

முதற் பதிப்பு : செப்டம்பர் 2022

அட்டை மற்றும் நூல் வடிவமைப்பு : மெய்யருள் 9841699579

அச்சாக்கம் : துர்கா பிரிண்டர்ஸ், சென்னை

வெளியீடு:

அறம் பதிப்பகம் 3/584, முல்லை தெரு, கஸ்தூரி பாய்

நகர் எதிரில், தமிழ்நாடு வீட்டுவசதி வாரியக் குடியிருப்பு

முள்ளிப்பட்டு கிராமம் மற்றும் அஞ்சல்,

ஆரணி வட்டம் – 632 316 திருவண்ணாமலை மாவட்டம்.

email:arampublication50@gmail.com

தொடர்புகொள்ள : 91507 24997

விலை ரூ.30

SUTRU SOOLAL PORULATHARAM

Editor : **ma.amaresan** ©

First Edition : September 2021

Cover and Layout By : Meyyarul

Published By : Aram Publications

3/584, Mullai Street, Kasthuribai Nagar (Opp)

TNHB, Mullipattu Village & (Post)

Arani (Taluk) Thiruvannamalai (Dist)

Pincode : 632316

Contact Number : 91507 24997

email:arampublication50@gmail.com

ISBN : 978 93 91480 21 9

என்னுரை

2020 ஆம் ஆண்டில் கொரோனா பெருந்தொற்றுக் காலத்தில் குவியக் கூட்டத்தை (Zoom Meeting) பலரும் நடத்திக் கொண்டிருந்தனர், அந்த நேரத்தில் டுஅறம் பதிப்பகம்டு அதன் தோழமை சக்திகளுடன் சேர்ந்து சீரிய முயற்சியாக 'சமகால சூழலியல் சிந்தனைகள்' என்னும் தலைப்பில் 08.07.2020 முதல் 14.07.2020 வரை மாலை 5.00 மணிக்குத் தொடங்கி 8.00 மணி வரை நடத்த ஏற்பாடு செய்தது. இதில் நாடறிந்த பல சுற்றுச்சூழல் ஆளுமைகள் பேசினார்கள்.

ஆனால் நிகழ்ச்சி நடக்கும் போது இரவு 9.00 மணிக்கு மேலும் கூட்டம் நடந்தது. கருத்தாளர்கள் பலரும் மிக அவசியமான, மிக சுவாரசியமான பல புதிய தகவல்களையும் சுற்றுச்சூழல் குறித்த தங்களின் அக்கறை மற்றும் கரிசனத்தையும் வெளிப்படுத்தினர். 14.07.2020 அன்று நான் "சுற்றுச்சூழல் பொருளாதாரம்" என்னும் தலைப்பில் பேசினேன். இதுதான் தமிழகத்தில் சுற்றுச்சூழல் பொருளாதாரம் குறித்து பேசுகின்ற முதல் உரை என்று இந்த கூட்டத்தின் துவக்கத்திலேயே பலரும் விதந்து பேசினார்கள்.

இதைப் புத்தகமாக கொண்டுவரும் எண்ணம் அப்போது இருந்தாலும் காலம் அதை இப்பொழுதுதான் சாத்தியப் படுத்தியிருக்கின்றது. இந்த புத்தகத்தை சிறப்பாக வடிவமைத்து தந்த மெய்யருள் தோழருக்கு நன்றி. இந்த புத்தகம் குறித்து வாசகர்களின் கருத்துக்களை ஆவலோடு எதிர்பார்க்கின்றேன். நன்றி

மா.அமரேசன்.

நவம்பர் 2022

ஆரணி

சுற்றுச்சூழல் பொருளாதாரம்

இந்த நிகழ்ச்சியில் பங்கேற்றிருக்கக்கூடிய அனைவருக்கும் என்னுடைய பணிவான வணக்கம். எனக்கு முன்பு பேசிய அனைவரும் இந்தத் தலைப்பு குறித்து அதீத எதிர்பார்ப்பை ஏற்படுத்திவிட்டனர். ஆனால் அந்த அளவிற்கு எதிர்பார்ப்பு தேவையில்லை. நம் வாழ்வியலுக்கு சம்பந்தமில்லாத எதையுமே நான் இப்போது பேசப் போவதில்லை. எல்லோருக்கும் தெரிந்த மறந்த, மறைந்த விஷயங்களை மட்டும்தான் தற்போது நான் நினைவுபடுத்தப் போகிறேன். நான் பொருளாதார அறிஞர் இல்லை. நான் பேசப் போவதெல்லாம் நம் வாழ்வியலோடு தொடர்புடைய விஷயங்கள் அவைகளுக்கு எப்படி பொருளாதாரத்தோடு தொடர்பு இருக்கின்றது. என்பதைப் பற்றித்தான். இந்த கலந்துரையாடலில் பங்கேற்றுள்ள கல்வியாளர்கள், அறிஞர்கள், சாமானியர்கள் மற்றும் எளியவர்களுக்கும் எளிதாக புரியும் வகையில்தான் என்னுடைய பேச்சு இருக்கப்போகின்றது.. பொருளாதாரத் துறை சார்ந்த கடுமையான வார்த்தைகளை எல்லாம் தவிர்த்து மிக எளிமையாக அனைவருக்கும் தெரிந்த விஷயங்களைத் தான் பேசப் போகிறேன்.

என்னுடைய உரையை மூன்று தலைப்புகளாக பேசலாம் என்றிருக்கிறேன்.

1. சுற்றுச்சூழல் பொருளாதாரம் என்றால் என்ன?

2. சுற்றுச்சூழல் பொருளாதாரத்தைப்பற்றி பேசிய ஆளுமைகள்.

3. சுற்றுச்சூழல் பொருளாதாரத்தில் தனிநபர் மற்றும் குடும்ப அமைப்பின் பங்கு என்னென்ன?

சுற்றுச்சூழல் என்றால் என்ன?

முதலில் சுற்றுச்சூழல் பொருளாதாரத்தைப் பற்றித் தெரிந்துகொள்வதற்கு முன்பு சுற்றுச்சூழல் என்றால் என்ன?

என்பதைப் பற்றிப் பார்ப்போம். சுற்றுச்சூழல் என்பது, நம்முடைய உலகம் பஞ்சபூதங்களால் ஆனது. உலகில் உள்ள அனைத்துமே பஞ்சபூதங்களால் உருவானதுதான். நிலம், நீர், நெருப்பு, காற்று, ஆகாயம் என அனைத்து உயிரினங்களுக்கும் இவை பொருந்தும். ஆகவே இந்த உலகம் சரியாக இயங்கவும், உலகில் உள்ள உயிரினங்கள் நன்கு வாழவும், நம் உடல் சரியாக இயங்க வேண்டும் என்றாலும், பஞ்சபூதங்கள் சரிவிகிதத்தில் சமமாக இருக்க வேண்டும். இந்த சமநிலையைக் கெடாமல் பார்த்துக்கொள்வேண்டும். அந்த சமநிலைதான் மனிதர்களையும் உயிரினங்களையும், தாவரங்களையும் வாழவைக்கும். அதைத்தான் ஆங்கிலத்தில் "பயோ டைவர்சிட்டி (Bio Diversity)" என்று அழைக்கிறார்கள். பயோ டைவர்சிடி எனப்படும் பல்லுயிர் சூழல் என்று சுருக்கமாகக் கூறுவதை எளிதாக எல்லோருக்கும் புரியும் வகையில் சொல்வதென்றால், உலகில் உள்ள உயிரினங்கள் ஒவ்வொன்றும் மற்ற ஒன்றைச் சார்ந்து இயங்கும், சார்ந்தும் இருக்கும் என்பதுதான்.

பொதுவாக இயற்கை வளத்தை பொருளாதாரம் என்றே அழைக்கின்றோம். எனவே இயற்கை வளம் என்பதன் நோக்கம் அல்லது அதன் பயன் என்னவென்றால், இயற்கை ஏழை பணக்காரர்கள் என்ற அளவுகோல் இல்லாமல் உலக மக்கள் அனைவருக்கும் சமமான பங்கீடும் மற்றும் அதன் பயனையும் அளிக்கவேண்டும் அல்லது அடையவேண்டும் என்பதாகத் தானிருக்கும். இயற்கையின் சூழலைப் பார்த்தோமானால் அது அனைவருக்கும் சமமாக தன்னுடைய பயன்களைத் தருகின்றது.. சுற்றுச்சூழலை எடுத்துக்கொண்டால் இயற்கையானது நோயில்லா காற்றை, நஞ்சில்லா உணவை நமக்கு அளித்திருக்கின்றது.. இன்னமும் அளித்துக் கொண்டிருக்கிறது..

அதுபோல, சுற்றுச்சூழல் பொருளாதாரத்தை எடுத்துக்கொண்டால் பண மதிப்பைக் கொண்டு அளவிடாமல் வாழ்வியலுக்குத் தேவையான விஷயங்களை வைத்து நாம் புரிந்துகொள்ள வேண்டும். இன்றைக்கு தொலைக்காட்சிகளில் நிறைய விளம்பரங்கள் வருகின்றது. சமீபத்தில் இரம்யாகிருஷ்ணன் நடித்த விளம்பரத்தில் நம்மை சுற்றியிருக்கும் காற்று மாசுபட்டிருப்பதால் "பங்கஜ

கஸ்தூரியை" எடுத்துக்கொள்ளுங்கள், என்கிறார். நான் கேட்கிறேன், "காற்றைவிடவா இந்த பங்கஜ கஸ்தூரி மருந்து அரிதானது. எதனை அடிப்படையாகக் கொண்டு இப்படியெல்லாம் விளம்பரங்கள் எடுக்கிறார்கள். தொடர்ந்து விளம்பரங்கள் என்ற பெயரில் இயற்கை மீது பழிபோட்டு நம் கவனத்தைத் திசைத் திருப்புகிறார்கள்.

இதே வேலையைத்தான் அரசாங்கமும் செய்து கொண்டிருக்கின்றது.. தொடர்ந்து இயற்கையைக் குறைசொல்லி, குறைசொல்லி இயற்கையைக் கெடுத்துவிட்டு நாட்டையும் கெடுக்கிறார்கள். இயற்கை நம்மை அழிக்கின்றது. என்ற பிம்பத்தையும் தொடர்ந்து உருவாக்கிக்கொண்டிருக்கிறார்கள்". உண்மையில் இயற்கையை கெடுத்துக் கொண்டிருப்பதும், அழித்துக் கொண்டிருப்பதும் மனிதர்கள் மட்டும்தான். விலங்குகளோ, பறவைகளோ, தாவரங்களோ ஒரு போதும் இயற்கையை அழிப்பதில்லை. மனிதன் மட்டுமே வளர்ச்சி என்ற பெயரிலும் அறிவியல் என்ற பெயரிலும் இயற்கையை அழித்துக் கொண்டிருக்கின்றான்.

உண்மையில் இயற்கையானது தன்னுடைய சமநிலையை தானே மீட்டுருவாக்கம் செய்யத் தொடர்ந்து அயராது போராடிக்கொண்டிருக்கின்றது.. மனிதனின் உடல் எப்படி தன் நோய்களை தானே எதிர்த்துப் போராடிக்கொண்டும், அதே நேரத்தின் தானே சீரமைத்துக் கொண்டும் இருக்கிறதோ அதேபோலதான் இயற்கையும் போராடிக்கொண்டிருக்கின்றது..

காற்றின் தரம் குறைந்துள்ளது, தூய்மையாக இல்லை என டெல்லி உள்ளிட்ட சில நகரங்களில் நம்மையெல்லாம் முகக் கவசம் அணிந்துகொள்ள சொன்னார்கள். ஆனால் இந்தக் கொரோனா காலக்கட்டத்தில் எந்தவித வாகனங்களும் சாலைகளில் செல்ல அனுமதிக்கப்படாத காரணத்தால், புகை உருவாகாததால் காற்றின் தரம் உயர்ந்திருப்பதாக ஆய்வு முடிவுகள் சொல்கின்றது..

ஆகவே, இயற்கை தன்னைத்தானே சரிபடுத்திக் கொள்கின்றது.. ஓசோன் மண்டலத்தில் இருந்த ஓட்டையும் அடைபட்டது என்கின்றதுர் ஆய்வாளர்கள். அதற்கு காரணம் உலகம் முழுவதும் கொரோனா காலத்தில் தொழிற்சாலைகள் மற்றும் வாகனங்கள் இயங்காமல் இருந்ததால், அதன் புகை வெளியேறாத காரணத்தால் வளி மண்டலம் தன்னைத் தானே சரி செய்து கொண்டது.

மனிதனின் செயல்களால் 19ஆம் நூற்றாண்டின் தொடக்கத் திலிருந்து நாம் தொடர்ந்து சொல்லிக்கொண்டிருக்கும் தொழிற் சாலை புகை, வாகன புகை, குளிர்சாதன பெட்டியிலிருந்து வெளியேறுகிற வாயு அனைத்தும் ஓசோன் படலத்தை பாதித்து ஓட்டை விழுந்திருந்தது. என்றும் அந்த ஓட்டை நாளுக்குநாள் பெரியதாகிக்கொண்டே இருக்கின்றது என்றும் சொல்கிறோம். ஆனால் அதிசயம் என்னவென்றால் இந்தக் கொரோனா காலக்கட்டத்தில் கடந்த சில மாதங்களாக தொழிற்சாலைகள் இயங்காமல், வாகனங்கள் இயங்காமல் இருப்பதால் ஓசோன் படலத்தின் ஓட்டை காணாமல் போயிருப்பதாகக் கூறுகிறார்கள். ஆகவே இயற்கை தன்னைத்தானே சரிபடுத்திக்கொள்கின்றது. என்பதை நாம் புரிந்துகொள்ள வேண்டும்.

சுற்றுச்சூழல் பொருளாதாரத்தை நாம் இப்படி வேண்டுமானால் புரிந்துகொள்ளலாம், தாவரங்களின் மூலம் நாம் அனைத்தையும் பெற முடியும், உப்பையும் உடையையும் தவிர. நாம் பெற்றதை எப்படி திரும்பவும் இயற்கைக்குக் கொடுப்பது என்பதை நாம் சிந்திக்க வேண்டும். அதாவது இயற்கையிடமிருந்து பெற்று, இயற்கைக்கே மீண்டும் கொடுப்பதுதான் சுற்றுச்சூழல் பொருளாதாரம்.சுற்றுச்சூழல் பொருளாதாரத்திற்கு வேறு வேறு பெயர்கள் இருக்கின்றது.

சுற்றுச்சூழல் பொருளாதாரத்தின் வேறு பெயர்கள்

1. **புத்தநெறி பொருளாதாரம்,** (Buddhist Economics)

2. **நீடித்த பொருளாதாரம்,** (Sustainable Economics)

3. **காந்திய பொருளாதாரம்,** (Gandhian Economics)

4. **இயற்கை பொருளாதாரம்,** (Natural Economics)

5. **கிராம பொருளாதாரம்,** (Rural Economics)

6. **சுதேசி பொருளாதாரம்,** (Indigenous Economy)

7. **வளங்குன்றா பொருளாதாரம்** (Resource economy)

8. **பசுமைப் பொருளாதாரம்** (Green Economy)

என்று அழைக்கிறார்கள்.இந்த அனைத்து பொருளாதாரமும் சுற்றுச்சூழல் என்ற கருத்தாக்கத்தின் அடிப்படையில்தான் உருவாகியிருக்கின்றது..

சுற்றுச்சூழல் பொருளாதாரத்தின் அடிப்படை நோக்கம் அல்லது இலக்கு என்னவென்றால் இந்த உலகில் வாழும் அனைத்து உயிரினங்களின் தேவையை நிறைவு செய்வது மற்றும் பசுமையை பாதுகாப்பது, பல்லுயிர்ப் பெருக்கம் ஆகியவைதான். இதனால் நமக்கு

• பசியில்லா உலகம்,

• வளமான பல்லுயிர் சூழல்,

• தூய்மையான காற்று என்பதே ஆகும். ஆகியவை கிடைக்கின்றது.

சுற்றுச்சூழல் பொருளாதாரத்தின் நன்மைகள்

புவி வெப்பமயமாதலைத் தடுக்கலாம்.

பொதுவாக தாவரங்களின் பெருக்கம் அதிகமாக இருக்கும்போது மழை பெய்யும். பருவமழை பொய்க்காது. மூன்றரை இலட்ச ஆண்டுகளாக மாறாதிருந்த பருவமழை தற்காலத்தில் மாறியிருக்கின்றது.. 19ஆம் நூற்றாண்டின் தொடக்கத்தில் ஏற்பட்ட தொழிற்புரட்சிதான் இதற்கு மிகப்பெரிய காரணம். வெள்ளைக்காரர்கள் வருவதற்கு முன்பு இந்தியாவில் 300 நாட்கள் மழை பெய்துகொண்டிருந்தது, ஆனால் இப்போது 30 நாட்கள்கூட மழை பெய்வதில்லை. மழைபொழிவு குறைந்ததற்குக் காரணம் தாவரங்களையும் காடுகளையும் அழித்ததுதான். காடுகளை அழிக்காத ஒரு வாழ்வியலுக்கு நாம் மாறுகிறபோது பல்லுயிர் சூழல் சமமாகும், பல்லுயிர் சூழல் சமமானால்தான் சுற்றுச்சூழல் சமமாகும்.

மேலும் தொழிற்சாலைகளின் புகைகள், வாகனப்புகை.மற்றும் வேதிப்பொருட்கள் உற்பத்தி போன்ற காரணங்களாலாலும், பருவ மழை பொய்த்துப் போவதாலும், புவியின் வெப்ப நிலை அதிகமாகின்றது. அதனால் பனிப்பாறைகள் உருகி கடலில் கலக்கின்றது. இது கடல் நீர் மட்டம் உயர்வதற்கு வழி வகுக்கின்றது.

மண் அரிப்பைத் தடுக்கலாம்

தற்போது மரங்களை அழிப்பதனால் மண் அரிப்பு ஏற்படுகின்றது., மண் அரிப்பை நாம் கண்கூடாகப் பார்க்கவேண்டுமானால் மலைப் பகுதிகளில் தொடர்ச்சியாக

மண்சரிவு ஏற்படுவதை கவனித்துப் பார்த்தால் தெரியக்கூடும், அதேபோல வட இந்தியாவிலும் மலை தொடர்களில் மண் சரிவு காணப்படுகின்றது.. பெரும்பாலான மலைத்தொடர்களில் மரங்கள் இல்லாததால் மண் அரிப்பு ஏற்பட்டு சாலைகளெங்கும் மண் சரிவு காணப்படுகின்றது.. இந்த மண் சரிவு பல இடங்களில் ஆறுகளிலும் நதிக்கரையோரங்களிலும் ஏற்பட்டுப் பல்வேறு பாதிப்புகளை ஏற்படுத்துகின்றது.. கடலிலும் மண் சரிந்து கடலின் ஒரு பகுதியில் தன் பரப்பை குறைத்து மறுபகுதியில் கடலின் பரப்பு அதிகரிக்கின்றது..

இயற்கை உரம்

அடுத்ததாக இயற்கை உரம் என்றால் என்னவென்று பார்ப்போம், தாவரங்களின் கழிவுகள் தரையில் கிடந்து மக்கிபோய் எஞ்சியுள்ள தழைகள்தான் இயற்கை உரம் என்று அழைக்கிறோம். நம்மாழ்வார் 'தென்னாடுடைய சிவனே போற்றி' புத்தகத்தில் கூறுகிறார், ஒரு செடியை எரித்தோமென்றால் அதில் மிஞ்சின்ற சாம்பல் மட்டும்தான் மண்ணிலிருந்து எடுத்தது. மற்றவை அனைத்தும் சூரிய ஒளியின் மூலம், காற்றின் மூலம், ஈரப்பதத்தின் மூலம் அதாவது இயற்கையின் மூலம் கிடைத்தது என்கிறார். இயற்கை உரம் அதைத்தான் செய்கின்றது., அதாவது தாவரத்திற்குத் தேவையான எல்லாவற்றையும் மண்ணிலிருந்து எடுத்துக்கொடுக்கும் வேலையைத்தான் செய்கின்றது.. இயற்கை உரம் என்பது பல நுண்ணியிர்கள் கொண்டது.

நுண்ணுயிர் பெருக்கம்

இந்த நுண்ணுயிர்கள்தான் பல வேலைகளைச் செய்கின்றது. இந்த நுண்ணுயிர்கள் பெருக்கமானது விலங்குகள், பறவைகள் மூலம் காடுகள் எங்கும் நடைபெறும், இவைத் தொடர்ந்து நடைபெறும்போது காடுகளின் பரப்பு அதிகரிக்கும். அவ்வாறு அதிகரிக்கும்போது மக்களும் அந்தக் காடுகள் மூலம் பயன்பெறுவார்கள். நிறைய மருத்துவ குணம் கொண்ட தாவரங்கள் காடுகளிலிருந்து நமக்குக் கிடைக்கின்றது. பொதுவாகவே காடுகளின் பெருக்கம் மனிதர்களுக்கு நிரந்தர வேலைவாய்ப்பை உருவாக்கும். காடுகளில் எண்ணற்ற மூலிகைகள் கிடைப்பதால் மனிதர்களின் மருத்துவ செலவு குறையும். ஏனென்றால் மருத்துவத்துறையில் இந்திய நாட்டில் மட்டும் ஆண்டொன்றிற்கு 1889 சதவீதம் லாபம்

வருவதாக தகவல் இருக்கின்றது. இந்த மருத்துவத்துறை மனிதர்களின் உயிரை வைத்து வியாபாரம் நடத்துகின்றது.. மனிதர்களின் பயத்தில் அவர்கள் பணம் சம்பாதிக்கிறார்கள். முக்கியமாக ஆங்கில மருத்துவம்தான் இதைச் செய்கின்றது., உதாரணத்திற்கு, "சர்க்கரை நோயை" சொல்லலாம். சர்க்கரை நோய்க்கு கொடுக்கப்படும் மருந்து நோயின் தன்மையைக் குறைக்காமல், மேலும் மேலும் அதிகரித்து இறுதியில் உயிரைப் பறிக்கின்றது.. எல்லா வியாதிகளையும் சரிசெய்யக்கூடிய பண்பு நம் உடலுக்கு இயற்கையாகவே இருக்கின்றது..

நான் ஆரம்பத்தில் சொன்னதுபோல உலகம் எப்படி பஞ்சபூதங்களால் ஆனதோ அதேதான் நம் உடலும் பஞ்ச பூதங்களால் ஆனது. நம் உடலின் சமநிலையை அறிந்து நாம் உண்ணும் உணவை சரிசெய்துகொள்ளவேண்டும். சில நேரங்களில் நம் உடல் சிலவற்றை கேட்கும் அதை அந்த நேரத்தில் சரியாக கொடுக்கும் பட்சத்தில் நமக்கு எந்த நோயும் வராது. என்ன? மருத்துவம் குறித்து பேசுகிறேன் என்று பார்க்கிறீர்களா? இதுவும் சுற்றுச்சூழல் சம்பந்தப்பட்டதுதான்.

சுற்றுச்சூழல் பொருளாதாரத்தில் வனம் சார்ந்த வேலைவாய்ப்பு முக்கிய பங்கு வகிக்கின்றது.. கடல் எப்படி பயணம் செய்பவர்கள் அனைவருக்கும் மீன், முத்து, சிப்பி, சங்கு உள்ளிட்ட பொருட்களைத் தருகிறதோ அதேபோல வனமும் அனைத்தும் கொடுக்கும் சக்தி கொண்டது. நான் என்னுடைய புத்தகத்தில் உள்ள 'காடும் மக்களும்' என்ற கட்டுரையில் ஏற்கனவே குறிப்பிட்டிருந்தேன். மூன்று வகையான பகுதிகளில் மக்கள் காடுகளில் வசித்தார்கள். காடுகளின் வெளிப் பகுதி, மத்தியபகுதி, உள் பகுதி என பிரித்து சுற்றிக்கொண்டிருந்தார்கள். அவரவர்களுக்கு ஏற்றவாறு பழங்கள், மூலிகைகள் என அனைத்தும் காடு தந்து கொண்டிருந்தது.

ஒரு நாட்டில் வனப்பகுதிகள் அதிகமாகும்போது வனம் சார்ந்த வேலைவாய்ப்புகள் அதிகரிக்கும். பசுமை சுழல்கள் அதிகரிக்கும். நாம் இப்போது ஊட்டி, கொடைக்கானல், ஏற்காடு போன்ற பகுதிகளைப் பசுமை சூழல் பகுதி என்று அழைக்கிறோம். பொதுவாகவே பசுமை சூழல் மனிதர்களுக்கு மகிழ்ச்சியை அளிக்கக்கூடியது. பசுமை சூழலில் பச்சை நிறம் அதிகம் பங்குவகிக்கின்றது.. பெரும்பாலான படைப்பாளர்கள் பச்சை நிறத்தை விரும்புபவர்களாக இருப்பார்கள். பச்சை,

நீல நிறம் மனிதர்களுக்கு மன அமைதியைத் தரக்கூடியது. ஆகவே காடுகளை அதிகரிக்கும்போது அதன் பரப்பை விஸ்தரிக்கும்போது இந்த பசுமைசூழலும் அதிகரிக்கும். பசுமைசூழலில் மனிதர்களுக்கு மன அமைதியும் ஏற்படும் என்று ஆய்வுகள் சொல்கின்றது..

சந்தைப் பொருளாதாரம் இயற்கைப் பொருளாதாரம் ஒப்பீடு

அடுத்ததாக சூழல் பொருளாதாரம் சந்தை பொருளாதாரம் இரண்டையும் நாம் ஒப்பிட்டு பார்த்தோமானால் சூழல் பொருளாதாரத்தைப் பொருத்தவரை பூமியின் மேற்பரப்பை ஆதாரமாகக் கொண்டு இயங்குகின்றது.. அதாவது நீர், காற்று, தாவரங்கள், சூரிய ஒளி ஆகியவற்றின் மூலம் கிடைக்கும் பொருட்களைக் கொண்டு இயங்குகின்றது.. ஆனால் சந்தைப்பொருளாதாரம் என்பது பூமியைத் துளையிட்டு அதன்மூலம் கிடைப்பது. உதாரணமாக மின்சாரம் மற்றும் எரிவாயுக்கள். மின்சாரம் நமக்கு பல வழிகளில் கிடைத்தாலும் முக்கிய ஆதாரமாக இருப்பது நிலக்கரி. நிலக்கரியை நாம் பூமியைத் துளையிட்டு எடுக்கிறோம். அதேபோல பெட்ரோல், டீசல் உள்ளிட்ட பொருட்களையும் பூமியைப் பிளந்துதான் எடுக்கிறோம்.

இப்படி பூமியைப் பிளந்து, வெட்டி, துளையிட்டு நாம் எடுப்பதால் ஏற்படும் விளைவுகளை பொருட்படுத்துவதே இல்லை. இந்த எரிவாயுக்களில் 23 பொருட்கள் இருக்கின்றது. அந்த 23 பொருட்களிலிருந்து 180 பொருட்கள் பிரித்தெடுக்கப்படுகின்றது.. இந்த 180 பொருட்களில் இறுதியாக கிடைப்பது தார், மெழுகு போன்ற பொருட்கள், இவற்றைத்தான் நாம் தற்போது உண்ணும் உணவில் கலக்கிறார்கள். சூரிய காந்தி எண்ணெயில் தார் கலப்பதாகவும் ஐஸ்கிரீம்களில் மெழுகு கலப்பதாகவும் கூறப்படுகின்றது.. எனவே இப்படியாக மனிதனின் உடல் நலத்தைக் குறித்து அக்கறை கொள்ளாமல் சுயநலமா லாபம் ஒன்றே நோக்கமாக மாறிவிட்டது நம்முடைய சந்தை பொருளாதாரம்.

நாம் தற்போது நம் கையில் இருக்கும் பூமியை பேணி காக்க வேண்டும், முன்னாள் சந்ததிகளிடமிருந்து பெற்ற பூமியை, வருங்கால சந்ததிகளுக்கு அதன் சூழல் கெடாமல் அளிக்கவேண்டும். ஆனால் மீத்தேன், ஈத்தேன் என எண்ணற்ற பொருட்களை எடுப்பதற்காக பூமியைத்

தோண்டி எடுத்து பூமியின் மையப்பகுதியில் வெப்பத்தை அதிகரித்து இந்த பூமியை உயிர்கள் வாழ தகுதியற்ற சூழலாக மாற்றிவருகிறோம். இதுதான் சூழல் பொருளாதாரத்திற்கும் சந்தை பொருளாதாரத்திற்கும் உள்ள வேறுபாடு.

அடுத்ததாக சூழல் பொருளாதாரத்தில் உள்ள மறு உற்பத்தி சார்ந்த பொருளாதாரத்தைப் பற்றி பார்ப்போம், இதனை கழிவுகள் பொருளாதாரம் என்று அழைக்கிறோம். முன்னொரு காலத்தில் சித்தர் ஒருவர் மனிதனே கழிவுகளால் உருவானவன் என்று பாடியிருப்பார். நம்முடைய சளி, எச்சில், சிறுநீர், விந்து, மலம் என அனைத்தும் கழிவுகள்தான் இந்தக் கழிவுகளால் ஆனதுதான் நமது உடல்.

"ஒதுகின்ற வேதம் எச்சில் உள்ள மந்திரங்கள் எச்சில்;

போதகங்க ளானளச்சில் பூதலங்கள் ஏழும் எச்சில்;

மாதிருந்த விந்துளச்சில் மதியும் எச்சில் ஒளியும் எச்சில்;

ஏதில்எச்சில் இல்லதில்லை இல்லைஇல்லை இல்லையே! *(சி.வா. 41)*

அதேதான் இயற்கைக்கும் பொருந்தும், இயற்கையாக கிடைக்கும் பொருட்களை உபயோகபடுத்திவிட்டு நமக்குக் கிடைக்கக்கூடிய கழிவுகளை நாம் மறு உற்பத்திக்குப் பயன்படுத்தலாம். கழிவு பொருளாதாரம் அதாவது மறு உற்பத்தி பொருளாதாரம் என்பது கழிவுகள் இல்லாத அனைத்தையும் மறு சுழற்சி அல்லது மறு உற்பத்தி செய்கிற பொருளாதாரம் ஆகும். பொதுவாக விவசாயத்தில் இப்படிக் கூறுவார்கள். நுனி வீட்டுக்கு, நடு மாட்டுக்கு, அடி மண்ணுக்கு என்று அனைத்தையும் உபயோகப்படுத்துவார்கள். ஆனால் வளசுரண்டல் பொருளாதாரம் என்பது இப்போதிருக்கிற சந்தை பொருளாதாரத்தை சொல்கிறேன், அதில் மாற்று என்ற ஒன்றே இல்லை, பெட்ரோல் தீர்ந்தால் என்ன செய்வது? நிலக்கரி தீர்ந்தால் என்ன செய்வது? எதற்கும் பதில் இல்லை. அனைத்தையும் உறிஞ்சி எடுப்பதுதான் சந்தைப் பொருளாதாரம்.

இந்தப் பொருளாதாரத்தின் மூலம் உண்டாகும் கழிவுகளை நாம் அவ்வளவு எளிதில் மறு உற்பத்திக்கோ மாற்றாகவோ பயன்படுத்த இயலாது. உதாரணத்திற்கு அணு உலை கழிவுகள் 2000 ஆண்டுகள் அழியாமல் இருக்குமாம், அதேபோல இந்தக் கழிவுகள் மனித இனத்திற்குப் பெரும்சுமையாக

இருக்கின்றது.. சாதாரண நெகிழி பைகள் அதாவது பாலித்தீன் கவர்கள் சுமாராக 200 ஆண்டுகள் அழியாமல் இருக்குமாம். இந்த நெகிழிப்பைகள் இன்று பூமியைத் தோண்டினால் 4 அடிக்கு ஒரு படுகை என்று பாலித்தீன் படுகையாக நிலம் உருமாறியிருக்கின்றது. பூமியில் மனிதன் எங்கெல்லாம் கால் பதிக்கிறானோ அங்கெல்லாம் பாலித்தீன் கவர்களை கொண்டு செல்கிறான். இந்தப் பாலித்தீன் கவர்கள் பெரும் அச்சத்தை இன்று ஏற்படுத்துகின்றது.. நிலத்தடி நீர்வளத்தை இந்த பாலித்தின் பைகள் குறைத்து, மழை பெய்தால் அது நிலத்தில் ஊறாமல் நேரடியாக கடலுக்குச் செல்வதற்கு வழிவகைச் செய்கின்றது.. சாதாரணமாக நாம் கடைகளில் வாங்கிக்குடிக்கும் தண்ணீர் பாட்டில் நம்மைவிட ஆரோக்கியமாக நிலத்தில் வாழ்கின்றது..

இப்படியாகத்தான் சந்தைப் பொருளாதாரம் கவர்ச்சி, வண்ணமயமாக நம்மை ஏமாற்றிக்கொண்டிருக்கின்றது.. இந்த சந்தைப் பொருளாதாரத்தின் மூலம் உண்டாகும் கழிவுகளுக்கு என்ன மாற்று என்றே இன்னமும் தெரியவில்லை. இந்த சந்தை பொருளாதாரத்தால் எண்ணற்ற தீமைகள் பூமிக்கு ஏற்படுகின்றன.. குறிப்பாக வளிமண்டல அடுக்கில் உள்ள காற்றின் தரம் குறைகின்றது.. அங்கு நிலவும் சமநிலை குலைகின்றது.. இதனால் மனிதனுக்கு தூய்மையான காற்று கிடைக்காமல், பல்வேறு நோய்கள் வருகிறது.. நமது நுரையீரல் பல முறை காற்றை தூய்மைப்படுத்தி உள்வாங்கி, உள்வாங்கி அதன் தன்மை கெட்டு மனிதனின் ஆயுட்காலம் வெகுவாக குறைகின்றது.. இப்படியாக பல்வேறு பாதிப்புகளை மனித இனத்திற்கு இந்த சந்தை பொருளாதாரம் விளைவிக்கின்றது.. பொதுவாக காடுகள் அழியும்போது அந்நாட்டின் பொருளாதாரமும் ஒருசேர சிதையும் அபாயம் உண்டு. காட்டிலுள்ள பெரும்பாலான மலைப்பகுதிகளில் மேல் மண் எனப்படும் 3 லட்ச வருடங்களாக தாவரங்கள் சிதைந்து உருவாகியிருக்கிற மண் காணப்படும், மேற்கு தொடர்ச்சி மலைப்பகுதிகளில் 30000 வருடங்களாக அங்குள்ள மரங்களை மேல்மண்தான் பாதுகாத்து வந்திருக்கின்றது. என ஆய்வுகள் சொல்கின்றது.. இந்த மண் மூலம்தான் உலகத்தின் அதிக மழைச்சூழல் மலையாக மேற்கு தொடர்ச்சி மலை விளங்குகின்றது.. ஆகவே இந்த மண் எண்ணற்ற பயன்கள் கொண்டது. இந்த மண்ணை சந்தைப் பொருளாதாரம் முற்றிலுமாக சிதைக்கின்றது..

இன்றைக்கு நாம் பயன்படுத்தும் அனைத்துமே சந்தைப் பொருளாதாரத்தினால் உருவானவைதான். சந்தை பொருளாதாரத்தின் பாதிப்புகளை சுருக்கமாக வரையறுத்தால் காகிதம், எரிவாயு, கனிம வளங்கள் என அனைத்தையும் உருவாக்குவதற்கு உலகம் முழுக்க ஒரு நிமிடத்திற்கு 170 ஹெக்டர் காடுகளை அழிக்கிறார்கள் என ஆய்வுகள் சொல்கின்றது..

மனிதனின் அடிப்படைத் தேவைகள் என்று கூறிக்கொண்டு சந்தைப் பொருளாதாரம் முதலில் காடுகளில்தான் கை வைக்கின்றது.. "100 ஏக்கர் பரப்பளவு கொண்ட ஒரு வனப்பகுதியை நாம் அழிக்கும்போது 1500 வகையான பூந்தாவரங்கள் இனமும், 700 வகையான மர வகைகளும், 400 வகையான பறவை இனங்களும், 150 வகையான பூச்சி இனங்களும், 100 வகையான ஊர்வன இனங்களும், 60 வகையான நிலம் மற்றும் நீர் வாழ் உயிரினங்கள் அழிகின்றது".. இந்தப் பட்டியலில் மனிதன் என்ற உயிரினமும் வருகின்றது..

ஆக மனிதன் என்ற ஒரு உயிரினத்தின் தேவைக்காக நாம் காடுகளை அழிக்கும்போது அதில் எண்ணற்ற உயிரினங்கள் பாதிக்கப்படுகின்றது.. பொதுவாகவே காடுகள், வனப்பகுதிகள் குறித்த விழிப்புணர்வு கல்வி, அறிவு நமக்குக் கிடையாது. வனப்பகுதிகள் என்பது முழுக்க முழுக்க மரங்களால் ஆனது. இந்த மரங்களை எப்படி வளர்ப்பது? எப்படிப் பாதுகாப்பது? என்ற அறிவு இன்றைய மனிதர்களுக்கு இல்லை. முறையான பாடத்திட்டங்கள் இந்த கல்வி முறையில் இல்லை.இது குறித்த விழிப்புணர்வும் இளம் தலைமுறையினருக்கும் இல்லை, எனலாம்.

உதாரணத்திற்கு "ஒரு மரம் 50 வருடங்களாக இருக்கிற தென்றால் அந்த மரம் பூமிக்கு எதைத் திருப்பி தருகிறதென்றால்

- 2.5 லட்சம் மதிப்புள்ள ஆக்ஸிஜனை அது உற்பத்தி செய்கின்றது..

- 1 லட்சம் மதிப்புள்ள மண்ணின் வளத்தைப் பெருக்க உதவுகின்றது.,

- 3 லட்சம் மதிப்புள்ள தண்ணீரைச் சேமித்து வைத்திருக்கின்றது.,

- 75 லட்சம் மதிப்புள்ள புரத பொருட்களைச் சேமித்து

வைத்திருக்கின்றது..

- *50 வருடத்தில் ஒரே ஒரு மரம் கிட்டத்தட்ட 1 கோடி ரூபாய்க்கான மதிப்பை பெற்றுத் தருகின்றது..*

குறைந்தது 100 ஹெக்டேர் பரப்பளவில் 2 இலட்சம் மரங்கள் இருக்கும். இந்த 2 இலட்சம் மரங்கள் உருவாக்கும் இயற்கை சார் பயன்கள் அப்போது எப்படி இருக்கும் என்பதை நீங்களே யூகித்துக்கொள்ளுங்கள்". ஆகவே மரங்கள், காடுகள் நம்முடைய சுற்றுச்சூழல் பொருளாதாரத்தில் எந்தளவிற்குப் பங்குவகிக்கின்றன. என்பதை நாம் புரிந்துகொள்ள வேண்டும், ஒவ்வொருவருமே மரங்கள் அழிப்பு எந்தளவிற்கு தீங்கை விளைவிக்கும் என்பதை மறு பரிசீலினை செய்து பார்க்க வேண்டும்.

ஒரு தேசத்தின் வளர்ச்சியை (GDP) ஜிடிபியை கொண்டு கணக்கிடுகிறார்கள். அதாவது வாழுகின்ற மக்கள், உற்பத்தி, விற்பனை பொருத்து கிடைக்கின்ற லாபம் என கணக்கிடு கிறார்கள். இந்த ஜிடிபியே தவறான கணக்கீடுதான், தொழிற் சாலைக்குப் பொருந்தக்கூடிய கணக்கீட்டை ஒரு தேசத்திற்கே வைத்து மதிப்பிடுகிறார்கள். ஒரு தேசத்தின் வளர்ச்சியை அங்குள்ள இயற்கை வளத்தைக்கொண்டுதான் கணக்கிட வேண்டும்.

இயற்கை வளத்தையும் நாம் ஜிடிபியில் சேர்க்க வேண்டும். உலகின் மிக ஏழ்மையான நாடுகளில் கூட இயற்கை வளம் அதிகமாக இருக்கும். வளர்ந்த நாடுகள் வளர்கின்ற, ஏழை நாடுகளின் இயற்கை வளத்தை அழித்து அவர்களின் பொருளாதார வளத்தைப் பெருக்கி கொள்கிறார்கள். இந்த ஜிடிபியைக் கொண்டு இன்னமும் நம்மை ஏமாற்றிக்கொண்டிருக்கிறார்கள். இதனால் ஏழை நாடுகளிலுள்ள வளங்கள் ஆற்றல்கள் நம் கண்ணுக்குத் தெரியாமல் இருக்கின்றது..

இதுவரைக்கும் சுற்றுச்சூழல் பொருளாதாரம் குறித்த அறிமுகத்தைப் பார்த்தோம். இனி, சுற்றுச்சூழல் பொருளாதாரத்தில் பங்குவகித்த ஆளுமைகள் பற்றி பார்ப்போம். சுற்றுச்சூழல் பொருளாதாரத்தை முதன் முதலில் உலகிற்கு அறிமுகப்படுத்தியவர் பகவான் புத்தர். இதை தமிழ்நாட்டிற்கு அறிமுகப்படுத்தியவர் அயோத்திதாசர் பண்டிதர். இந்த சுற்றுச்சூழல் பொருளாதாரத்தை கல்வியாக

முதன்முதலில் போதித்தவர் கொலம்பியப் பல்கலைக் கழகத்தில் பொருளாதார பேராசிரியராக இருந்த அரிய சிந்தனையாளர். எட்வின் ஆர். ஏ. செல்லிங்மேன்.

பகவான் புத்தரின் சுற்றுச்சூழல் பொருளாதார சிந்தனைகள்

இந்திய வரலாறு என்பது பிராமாணர்களுக்கும் புத்த சமயத்திற்கும் நடந்த சண்டை என்கிறார். நவ இந்தியவின் சிற்பி டாக்டர். பீ.ஆர். அம்பேத்கர். புத்தநெறியில் இருந்தவர்கள் பிராமணர்களுடன் சண்டையிட்டனர் என்றால் அக்காலத்தில் புத்தர் என்ன செய்தார் என்று பார்க்க வேண்டும். "அக்காலத்தில் பிராமணர்கள் அதிகமாக வேள்விகள், யாகங்கள் என்று இந்தியா முழுக்க நடத்தினார்கள். வேள்விகள் மற்றும் யாகங்களுக்காக இந்தியா முழுவதும் பல்வேறு விலங்குகளை துன்புறுத்தி அழித்தார்கள்".

"புத்தர் என்ன சொன்னார் என்றால் "விலங்குகளும் மனிதர்களுடன் சமமாக பாவிக்கத்தக்க உயிரினங்களே என்றார், பிராமாணர்கள் செய்யும் யாகங்கள் மூலம் விலங்குகள் அழிவதால் நம் நாட்டின் பொருளாதாரம் பாதிக்கப்படும் என்று அவர்தான் முதன்முதலில் கூறினார். உழவு தொழில் பாதிக்கப்படும், வறுமை சூழும், அரசாங்கத்தின் மீது நம்பிக்கை குறையும் என்றும் யாகங்களுக்குப் பயன்படுத்தும் விறகுகளால் மரங்கள் அழிக்கப்பட்டு, மழை குறைவு ஏற்படும் அதனால் நாட்டில் பஞ்சம் நிலவும் என்றார். பிராமணர்கள் செய்யும் வேள்வி யாகங்களுக்கு மாற்றாகத்தான் புத்தர் பல அறநிலையங்களை உருவாக்கி யாகங்கள் இல்லாத வாழ்க்கை முறை மற்றும் வழிபாட்டு முறையை மேற்கொண்டார்.

அங்கு கல்வி கற்பித்தார் எண்ணற்ற பயன்களைத் தரும் இடமாக அவற்றை மாற்றினார். இப்படியாக மக்கள் எதை விரும்ப வேண்டும்? எதனை விரும்ப கூடாது? என்று அவர் பிரித்துக்காட்டினார். அதுமட்டுமில்லாமல், முக்கியமாக புத்த சமயத்தை தழுவும் அனைவரும் நிழல் தரும் மரங்கள், கனி தரும் மரங்கள், மலர் தரும் தாவரங்களை நட்டுப் பராமரிக்க வேண்டும். என கட்டளையிட்டுள்ளார். இதன் அடிப்படையில்தான் புத்த சமயத்தைச் சேர்ந்தவர்கள் உலகம் முழுவதும் உள்ள புத்த சமயத்தினர் மரங்களை நட்டார்கள்.

"சுதா சுக்தா" என்ற சூக்தத்தில் பகவான் புத்தர் புத்த சமய பிக்குகளிடம் " ஒருபோதும் வெட்டக்கூடாத 10

தாவரங்களைப் பட்டியலிடுகிறார். அதில்

1. மூங்கில்,

2. அரசமரம்,

3. வேப்பமரம்,

4. பழம் கொடுக்கும் மரங்கள்,

5. நிழல் தரும் மரங்கள்,

6. மருத்துவ குணமுடைய மரங்கள்,

7. நறுமணம் தரும் தாவரங்கள்,

8. தனித்திருக்கும் மரம்,

9. முன்னோர்கள் வைத்த மரம்,

10. மக்களின் பயன்பாட்டில் உள்ள மரங்கள் — ஆகியவற்றை கூறுகிறார்.

"குறிப்பாக மூங்கில், அரசமரம், வேப்பமரம், பூவரச மரம் ஆகியவை 24 மணி நேரமும் உயிர்வளியை (ஆக்ஸிஜனைத்) தரக்கூடியவை. இத்தகைய மரங்கள் அதிகமாக இருக்கும்போது தண்ணீருக்குப் பஞ்சம் இருக்காது. நீருக்கான காரணி பி20. அதாவது ஆக்சிஜன் அதிகமாக இருந்தால் நீரும் அங்கு அதிகமாக இருக்கும். ஆக்சிஜன் அதிகமாக இருக்கத் தேவை புத்தர் குறிப்பிட்டதுபோல இந்த வகை மரங்கள் அதிகமாக இருக்கவேண்டும். இதன் அடிப்படையில்தான் புத்தர் மரங்கள் அதிகமாக நட்டார். அதுவும் மூங்கில் மரமானது மற்ற மரங்களை காட்டிலும் 35 % அதிக ஆக்ஸிஜனைப் வெளியிட வல்லது.

எனவே மூங்கில் இருக்கக்கூடிய பகுதிகளில் அதிகமாக மழைப்பொழிவு இருக்கும். குறிப்பாக அமெரிக்காவில் 7% ஆப்பிரிக்காவில் 17% தெற்காசிய நாடுகளில் 65% மூங்கில் மரங்கள் இருக்கின்றது. எனவே தெற்காசிய பகுதிகளில் உலகித்திலேயே அதிக அளவிலான மூங்கில் இருப்பதால், உலகத்திலேயே அதிக அளவிலான மழை அங்குதான் பெய்கின்றது.. அதேபோல வற்றாத நதிகள் பெரும்பாலும் தெற்காசிய நாடுகளில்தான் இருக்கின்றது. ஆனால் இன்று இந்தியாவில் சமவெளி பகுதியில் வாழக்கூடிய மக்கள் மூங்கில் மரத்தையே வெறுக்கிறார்கள். எங்கு மூங்கில் மரம்

அதிகம் இருக்கிறதோ அங்கு அதிக மழை பெய்யும், இதன் அடிப்படையில்தான் புத்தர் ஒருபோதும் வெட்டகூடாத மரங்களின் பட்டியலில் மூங்கிலை முதன்மையாக சேர்ந்தார். அடுத்ததாக பனை மரத்தைப்பற்றியும் புத்தர் கூறியிருக்கிறார். தங்கைத்தைவிட, மரகதத்தைவிட உயர்ந்தது பனை மரம் என்று சொல்கிறார். பனை மரம் ஒரு கற்பத்தரு என்றும் கூறியிருக்கிறார்.

அயோத்திதாச பண்டிதரின் சுற்றுச்சூழல் பொருளாதார சிந்தனைகள்

பகவான் புத்தரைப் போலவே, அயோத்திதாசர் பண்டிதரும் தமிழ்நாட்டில் உள்ள ஒவ்வொரு பகுதிகளிலும் முடிந்தவரை மக்கள் மரங்களை நடுங்கள் என்று கூறியிருக்கிறார். தண்ணீரை சிக்கனமாகப் பயன்படுத்துங்கள், விவசாயம் செய்யுங்கள், எந்தெந்த பகுதிகளில் என்ன என்ன விளைபொருட்கள் விளைகிறதோ அவற்றை மட்டும் விளைவு செய்யுங்கள், சிறுதானியங்களை அதிக அளவில் உற்பத்தி செய்யுங்கள், பனை மரங்களை மிகுதியாக வளருங்கள் என்று கூறுகிறார். குறிப்பாக பனை மரத்திலிருந்து கிடைக்கக்கூடிய பனை பஞ்சு, பனை ஓலை, பனங்காய், கல்லு, நொங்கு, பனங்கிழங்கு, பனங்கற்கண்டு, பனை வெல்லம் ஆகியவற்றில் உள்ள மருத்துவ குணங்களையும் குறிப்பிடுகிறார் (தமிழன் இதழ் 06.07.1910 மற்றும் 20.07.1910)

ஆகவே சுற்றுச்சூழல் பொருளாதாரத்தில் முக்கிய மரங்களான மூங்கிலிலிருந்து சுமார் 1500 பொருட்களை உருவாக்கலாம். பனை மரத்திலிருந்து ஏறக்குறைய 818 பொருட்களை உருவாக்கலாம். தென்னை மரத்திலிருந்து சுமாராக 818 பொருட்களை உருவாக்கலாம், ஈச்ச மரத்திலிருந்து ஏறத்தாழ 400 பொருட்களை உருவாக்கலாம். ஆக இப்படியான மரங்களிலிருந்து உருவாக்குப்படுகின்ற பொருட்களை நாம் பயன்படுத்தும் போது நாம் இந்த பூமிக்கு மக்கும் குப்பையை அளிக்கின்றோம். இதனால் பூமிக்கும் சூழலுக்கும் எண்ணற்ற பயன்களை நாம் அளிக்கின்றோம். இயற்கையிலிருந்து உருவாகும் பொருட்களைத் தவிர்த்து சந்தைப் பொருளாதாரத்தில் தயாரிக்கின்ற பொருட்களால் கழிவுகளற்ற பொருளாதாரமாக அது மாறுகின்றது.. மேலும் இந்தப் பொருட்களை உற்பத்தி செய்ய தொழிற்சாலைகள் தேவைப்படாது, உள்ளூர் மனிதர்களே இதை செய்வார்கள், இதனால் உள்ளூர் பொருளாதாரம் மேம்படும். உதாரணமாக

சொல்வதென்றால், மக்கள் பணம் மக்களிடத்திலே சுழலும். இதுதான் சுற்றுச்சூழல் பொருளாதாரத்தின் மகத்துவம்.

இன்று மண் பாத்திரங்களை எல்லாம் தவிர்த்துவிட்டு எவர் சில்வர் பாத்திரங்களைப் பயன்படுத்துகிறோம், மண் பாத்திரங்கள் உடைந்துவிடும் என்று நம்மிடையே விளம்பரம் செய்து எவர் சில்வர் பாத்திரத்திற்கு மாற வைத்தார்கள், ஆனால் எவர் சில்வர் பாத்திரங்களும் இன்று விரிசல் அடைகின்றது.. சாதாரணமாக எவர் சில்வர் மக்குவதற்கு 80 ஆண்டுகள் ஆகின்றது.. இது போன்றுதான் சந்தைப்பொருளாதாரம் செய்கின்றது.. நம்மிடம் உள்ள நல்லவைகள் அனைத்தையும் மடைமாற்றி கெட்டவைகளைக் கொடுத்து நம்மை ஏமாற்றுகின்றது.. மேலும் மேலும், பூமியை மனிதன் வாழத்தகுதியில்லாத பகுதியாக மாற்றி பல கழிவுகளைக் கொட்டி தினம் தினம் அந்தக் கழிவுகளுடனே நம்மை வாழச் சொல்கின்றது.. இதனை மாற்ற ஒரே வழி சுற்றுச்சூழல் பொருளாதாரம்தான்.

டாக்டர் செல்லிங்மேன் அவர்களின் சுற்றுச்சூழல் பொருளாதார சிந்தனைகள்

சுற்றுச்சூழல் பொருளாதாரம் என்ற கருத்தாக்கத்தை பகவான் புத்தர் உருவாக்கினார். இந்தியாவில் முதன்முறையாக அயோத்திதாசர் பண்டிதர் இதனைப் பேசினார். இந்தக் கருத்தாக்கத்தை உலகம் முழுவதும் பரவுவதற்கும் பேசுவதற்கும் காரணமாக இருந்தவர் டாக்டர் செல்லிங்மேன்.

டாக்டர் செல்லிங்மேன் யாரென்றால் டாக்டர். அம்பேத்கருக்கும் டாக்டர் ஜே.சி.குமாரப்பாவிற்கு பொருளாதார பேராசிரியராக கொலம்பியா பல்கலைக்கழகத்தில் இருந்தவர். இவரைப் பற்றி இந்தியச் சூழலிலும் தமிழக சூழலிலும் அந்தளவுக்கு தகவல்கள் இல்லை. இருந்தாலும் இவர் கொலம்பியா பல்கலைக்கழகத்திலுள்ள புத்த சமய நூல்களை அதிகமாக வாசித்தவர் என்று அறியப்படுகிறார். மேலும் இந்தியச் சுதந்திர போராட்டம் எப்படியெல்லாம் இருக்கவேண்டும் என்று லாலாலஜபதிராயுடன் ஆலோசனை மேற்கொண்டுள்ளார். ணிழிசிச்சிலிளிறிணிஞிமிகி ளிதி ஷிளிசிமிகிலி விணிஞிமிகி என்ற புத்தகத்தை எழுதியிருக்கிறார்.

மேலும் அவர் அமெரிக்காவின் முதல் சமூக சீர்த்திருத்தவாதியாக அறியப்படுகிறார். புத்த சமயத்தை

அவர் பொருளாதார கண்ணோட்டத்தில்தான் பார்த்ததாகக் கூறப்படுகின்றது..புத்தரை இந்தியாவின் முதல் சமுதாய சிந்தனையாளர் என்றே தனது நூல்களில் குறிப்பிடுகின்றார்.

இந்தியாவின் மிகச் சிறந்த இரு பொருளாதார மேதைகளை உருவாக்கியவர், அவர்களின் வழியாக இந்த தேசத்தின் பொருளாதாரத்தை கட்டமைத்தவர் என்றுகூட அவரைப் பற்றி பேச நிறைய இருக்கின்றது.

ஜே.சி.குமரப்பாவின் சுற்றுச்சூழல் பொருளாதார சிந்தனைகள்

சுற்றுச்சூழல் பொருளாதாரத்தில் இந்திய அளவில் சில ஆளுமைகள் இருக்கிறார்கள். இந்தியாவில் காந்தியைக் குறிப்பிடுகிறார்கள். காந்தியின் சுற்றுச்சூழல் கோட்பாடுகள் அனைத்தும் சுற்றுச்சூழல் பொருளாதாரத்தை மையமாகக் கொண்டுள்ளது. கை ராட்டை, சுதேசி பொருளாதாரத்தை வளர்த்தெடுத்தல், கிராம பொருளாதாரத்தை வளர்தெடுத்தல் ஆகியவற்றை குறிப்பிடலாம்.

அடுத்ததாக ஜே.சி.குமரப்பாவைக் கூறலாம். நாம் அதிகமாக இவரைப் பற்றிக் கேள்விபட்டிருப்போம். நேருவின் அமைச்சரவையில் டிராக்டர் வாங்கலாம் என்ற யோசனையின்போது மாடு சாணி போடும், ஆனால் டிராக்டர் போடுமா? என்ற கேள்வி எழுப்பினார். விவசாயத்திற்கு மாடு எவ்வளவு முக்கியம் என்று அறிந்தவர் ஜே.சி.குமரப்பா. குமரப்பாவின் பார்வையே வித்தியாசமானது. சுற்றுச்சூழல் பொருளாதார இயக்கத்தை தொடக்கத்தில் இருந்து வளர்ந்தெடுத்தவர். இப்போது இருக்கும் சமுக மேம்பாட்டு திட்டம் வெற்றியா? தோல்வியா? என்று அவரிடம் கேட்டால், திட்டத்தைச் செயல்படுத்தும் முன்பு மக்களின் விலா எலும்பை எண்ணுங்கள் திட்டத்தைச் செயல்படுத்திவிட்டு அவரின் விலா எலும்பு தெரிகிறதா எண்ணமுடிகிறதா என்று பாருங்கள் அவ்வாறு எண்ண முடியவில்லை என்றால் திட்டங்கள் வெற்றி பெற்றிருக்கின்றது என்றவர்.

நிலையற்ற பொருளாதாரம் என்று குமரப்பா புத்தகம் ஒன்றை எழுதியிருக்கிறார். இந்தப் புத்தகத்திற்கு பாமயன் முன்னுரை எழுதியிருக்கிறார். Annihilation of Caste புத்தகத்திற்கு அருந்ததிராய் எப்படி அருமையான முன்னுரையை கொடுத்தாரோ, அதேபோல பாமயன் இந்தப் புத்தகத்திற்கு முன்னுரை கொடுத்திருக்கிறார். இந்த முன்னுரையில்

அவர் நிறைய விஷயங்களைக் குறிப்பிடுகிறார். ஏன் நேரு சுற்றுச்சூழல் பொருளாதாரத்தை ஏற்கவில்லை என்றால் சோவியத் யூனியனுக்கும் அமெரிக்காவுக்கும் ஆதாரவான நிலை எடுத்ததால் பசுமைபுரட்சிக்கு அது காரணமாக இருந்ததாகக் கூறுகிறார்.

ஜே.சி.குமரப்பாவின் சுற்றுச்சூழல் பொருளாதாரத்தை இந்திய அரசாங்கம் முற்றிலும் புறம்தள்ளிவிட்டது என்பது ஒருபுறம் இருந்தாலும் மக்களாகிய நாமும் இந்தப் பொருளாதாரத்தை கண்டுகொள்ளவில்லை என்பது வேதனைக்குரிய விஷயம். வாழ்க்கையோடு தொடர்புடைய பொருளாதாரத்தை கவனிக்கத்தவறியதன் விளைவைத்தான் நாம் இன்று அனுபவித்துக் கொண்டிருக்கிறோம்.

நம்மாழ்வார் அவர்களின் சுற்றுச்சூழல் பொருளாதார சிந்தனைகள்

நம்மாழ்வாரை இயற்கை விவசாயம் செய்தார் என்ற குறுகிய பரப்பளவில் நாம் வைத்து பார்த்துவிட்டோம். சுற்றுச்சூழல் பொருளாதாரத்தைப் பற்றியும் அவர் பேசியிருக்கிறார். அவர் பேசியவற்றை ஜப்பான் சுற்றுச்சூழல் பொருளாதார அறிஞர் மசாகோ சுககோவோடு ஒப்பிடுகிறார்கள். இவர் புத்தர் சமயத்தை சார்ந்தவர். பொதுவாக இவர்கள் பேசியவற்றை இயற்கை விவசாயம் என்று மட்டும் பேசிவிடுகிறார்கள்.

எப்போதுமே கொள்கை, கோட்பாடு என்று வருகிறபோது அதன் வேரிலிருந்து நாம் பேசவேண்டும். இயற்கை விவசாயத்தை மட்டும் பேசிவிட்டு அவர்கள் பேசிய சுற்றுச்சூழல் பொருளாதாரத்தைப் பேச மறந்து விட்டார்கள். அதற்கடுத்து நாம் நெல் ஜெயராமனை குறிப்பிடவேண்டும். பாரம்பரிய நெல் வகைகளைக் கண்டுபிடித்து கிட்டத்தட்ட 174 வகையான நெல்களை மீட்டுவந்தார். இவரது பணி அளப்பரியது. இவர்கள் அனைவருமே கடந்தகாலத்தை சேர்ந்தவர்கள், மறைந்தவர்கள்.

சம காலத்தில் புத்த சமய பொருளாதாரத்தைப் பற்றி பேசி வருவர்கள் அமர்த்தியா சென், முலாய், ஹீலர் பாஸ்கர் உள்ளிட்ட பலரைக்குறிப்பிடலாம் அமர்த்தியா சென் தன்னுடைய சுற்றுச்சூழல் பொருளாதாரத்திற்கு புத்தர்தான் என்னுடைய ஆசான் என்கிறார். இவரின் பணியும் போற்றத்தக்கது, அதேபோல முலாய் 300 ஏக்கருக்கும் மேற்பட்ட பரப்பளவில் காடுகளை உருவாக்கியிருக்கிறார்.

ஹீலர் பாஸ்கர் சுற்றுச்சூழல் பொருளாதாரத்தை உடல் நலத்தோடு தொடர்புபடுத்தித் தொடர்ந்து பேசிவருகிறார். சந்தராஸ் சுற்றுச்சூழல் பொருளாதாரத்தை இயற்கை விவசாயசாயமாக பேசுகிறார். வனம் கலைமணி சுற்றுச்சூழல் பொருளாதாரத்தை குறுகிய நிலப்பரப்பில் அடர்ந்த காடுகளை உருவாக்குவதற்காக செயல்பட்டு வருகிறார்.. டெல்டா பகுதிகளை எப்படி வனப்பகுதிகளாக மாற்றுவது உள்ளிட்ட பல செயல்பாடுகளில் இவர்கள் ஈடுபடுகிறார்கள். இவர்களைத்தவிர்த்து சுற்றுச்சூழல் பொருளாதாரத்தை ராவணன் என்பவர் மருத்துவத்தோடு தொடர்புபடுத்திப் பேசிவருகிறார். இவர்கள் அனைவரைமே தன்னார்வத்தோடு சமூக வலைதளங்களில் தொடர்ந்து தங்களையறியாமலேயே சுற்றுச்சூழல் பொருளாதாரத்தைப் பற்றி பேசியும் எழுதியும் வருகிறார்கள்.

சுற்றுச்சூழல் பொருளாதாரத்தை தனிநபர் மற்றும் குடும்பமாக எவ்வாறு பயன்படுத்துகிறார்கள், இரண்டிற்குமான தொடர்பு என்ன என்பதைப் பார்ப்போம். எந்தவொரு பொருளையும் ஒரு தனிநபர் பயன்படுத்தும்போது அதை தான்னால், மட்டும்தான் பயன்படுத்துகிறதா? என்ற கேள்வி கேட்கிறார், தன் பயன்பாட்டால் மட்டுமே உலகம் அழிந்துவிடுமா என்றும் கேட்கிறார். அவ்வாறு அவர் கேட்கின்ற நேரத்தில் உலகம் முழுவதும் பல்லாயிரக்கணக்கானோர் பல்லாயிரம் முறை அந்தப் பொருளை பயன்படுத்திக் கொண்டு தான் இருக்கிறார்கள். அவர்களாலும், உலகத்தின் சுற்றுச்சூழலுக்கு மாசு ஏற்பட்டுக் கொண்டுதான் இருக்கின்றது.. உதாரணமாக, பிளாஸ்டிக் கேரிபேக்கை கூறலாம். ஒவ்வொரு தனி நபருக்கும், இது எவ்வளவு கேடு என்று எடுத்துச் சொன்னாலும் இன்னமும் அதன் பயன்பாடு குறைந்தபாடில்லை. இந்த கேரிபேக்குகள் பூமியின் மீது ஒரு பிளாஸ்டிக படலத்தை ஏற்படுத்தி மழைநீர் நிலத்தடி நீராக மாறுவதை முற்றிலுமாக கெடுக்கின்றது.. பூமியில் சுற்றுச்சூழலுக்கு எதிராக நாம் செய்யும் ஒவ்வொரு கேடுகளுமே அதற்கு எதிர்வினையை உருவாக்கிக் கொண்டே தான் இருக்கும்.

இதற்கு பட்டர்ஃப்ளை எஃபக்ட் என்று கூறுவார்கள். பகவான் புத்தர் கூட கூறியிருக்கிறார், பூமியின் ஏதோவொரு மூலையில் செடியிலிருந்து நாம் பறிக்கும் பூவிற்குக் கூட எங்கோ மாற்றம் ஏற்படும் என்று. ஆகவே தனிநபர் பயன்பாட்டால்

என்ன கேடு வந்துவிட போகின்றது. என்று நினைப்பவர்களுக்கு பதில் சிறு சிறு மாற்றம் கூட பேராபத்துகளை விளைவிக்கும் என்பதுதான்.

பொதுவாக தமிழர்களின் உணவுப் பழக்கம் "உணவே மருந்து மருந்தே உணவு" அதனடிப்படையில் நமது பாரம்பரியமான உணவுப் பழக்கமும் உணவுப் பொருட்களும் சேர்த்து நமக்கு நோயில்லா, மற்றும் மருந்தில்லா வாழ்க்கையையும், நீண்ட ஆயுளையும் தந்தது. இந்த உணவுப் பழக்கத்தில் தற்போது ஏற்றபட்டுள்ள மாற்றத்தினால் மனிதர்களின் வாழ்நாள் குறைந்து விட்டது. தற்போதுள்ள துரித உணவுகள், விரைவு உணவுகள், ஆயத்த உணவுகள் மனிதர்களின் ஆயுட்காலத்தை மெல்ல மெல்ல குறைத்துவிட்டது. சராசரியாக 100 — 120 வரை இருந்த நமது ஆயுட்காலம், தற்போது 60 ஆக உள்ளது. முன்பே சொன்னதுபோல நாம் உணவு என்ற பெயரில் எடுத்துக் கொள்ளும் நஞ்சை எதிர்த்து உடல் போராடிப் போராடி தன்னோடைய ஆயுட்காலத்தை குறைத்துக்கொண்டுள்ளது. இன்னும் 20 வருடங்களில் இந்த ஆயுட்காலத்தின் அளவு சரிபாதியாகக் குறையும் அபாயமும் உள்ளது.

நம்முடைய குழந்தைகளை நாம் புகைப்பிடிக்க அனுமதிப்போமா? என்றால் பலருக்கு வேடிக்கையான கேள்வியாக தோன்றலாம், ஆனால் தினமும் நாம் பற்களை சுத்தம் செய்யப் பயன்படுத்தும் டூத் பேஸ்டில் நிக்கோடின் இருப்பதாக ஆய்வுகள் சொல்கின்றது.. ஒருவேளை, இரண்டுவேளை என்று நமக்குத்தெரிந்தே நிக்கோடினை நாம் எடுத்துக்கொண்டிருப்பதாக மருத்துவர்கள் கூறுகிறார்கள். இரண்டு வேளையும் பல்துலக்கும் ஒருவர் பத்து சிகரெட்டுகளை பிடித்த அளவுக்கு தன்னுடலில் நிக்கோடினை சேர்க்கின்றார் என்கின்றார்கள் ஆய்வாளர்கள்.

நம் முன்னோர்கள் அடுப்புக் கரியிலும், சாம்பலிலும், வேப்பங்குச்சிகளிலும், பற்களை சுத்தம் செய்து கொண்டிருந்தார்கள். இப்போது, இந்த டூத்பேஸ்ட் தயாரிப்பாளர்களே உங்கள் டூத்பேஸ்ட்டில் உப்பு இருக்கிறதா? வேம்பு இருக்கிறதா? லவங்கம் இருக்கிறதா? என்று கேட்க ஆரம்பித்துவிட்டார்கள். நம் முன்னோர்கள் பயன்படுத்திய அனைத்துமே சுற்றுச்சூழல் பொருளாதாரத்தின் ஓர் அங்கமாக இருந்திருக்கின்றது.. ஆனால் தற்போது நாம் அதையெல்லாம் மறந்து நிற்கிறோம். இப்போது வேப்பங்குச்சியில் பற்களை

சுத்தம் செய்யச் சொன்னால் பொதுவாக பின்பற்றுவதில்லை. நாகரிகம் என்று சில விஷயங்களை நாம் புறக்கணிக்கிறோம். எதிலெல்லாம் பற்கள் சுத்தம் செய்தால் என்னென்ன பயன்கள் கிடைக்கும் என்று சில உதாரணங்களை கொடுக்கிறேன். கேளுங்கள்.

* எருக்கங்குச்சி — பல்வலியை அகற்றும்,

* நாயுருவி — பற்கள் நன்கு இறுகும்,

* கருங்காலி, பல் நோயை அகற்றும்,

* ஆலங்குச்சி பல் நோயை அகற்றும்

* புங்க மரக்குச்சி வாய் நாற்றத்தைப் போக்கும்,

* வேம்பு, அரசங்குச்சி அனைத்து பற்கள் சுத்தமாக்கும்,

* அரசங்குச்சி அனைத்து பற்கள் சுத்தமாக்கும்

* கருவேலங்குச்சி பற்கறைகளை போக்கும்,

* பூலாங்குச்சியில் விளக்கினால் ஆண்மை பெருகும்

இவையெல்லாமே பற்களுக்கு நன்மை செய்பவை, இவற்றை நம் வீட்டு மாடிகளில் கூட வளர்க்கலாம். செடி வகைகளில் நாயுருவி, மஞ்சல் கரிசாலை, புதினா, கொத்தமல்லி, குப்பைமேனி ஆகியவை பற்களுக்கு நன்மை செய்பவை.

எனவே இவற்றைப் பயன்படுத்தும்போது டூத்பேஸ்ட் செலவை நாம் மிச்சப்படுத்துவோம், டூத்பேஸ்ட் பயன்படுத்துவதால் வரும் பற் பாதிப்புகளை நாம் கட்டுப்படுத்தலாம். அதன் வழி வருகின்ற புற்றுநோயின்றி வாழலாம். இவைத்தான் சுற்றுச்சூழல் பொருளாதாரம். சின்ன சின்ன வழிகளில் நாம் இயற்கையோடு இணைந்து எந்தளவுக்கு நாம் நம் செலவை குறைக்கிறோமோ அந்த அளவுக்கு நாம் ஆரோக்கியத்தோடு வாழலாம். அதுவே சுற்றுச்சூழல் பொருளாதாரம்.

தற்போது இருக்கக்கூடிய திறந்தவெளி பொருளாதாரத்தில் யார் நம்முடைய சம்பளத்தை நிர்ணயிக்கிறார்களோ, அல்லது நமக்கு கொடுக்கின்றார்களோ அவர்களே நுகர்வு கலாச்சாரம் என்ற பெயரில் அதை பிடுங்குகிறார்கள். நாம் பணம் வரும் வழியையும், போகும் வழியையும் தெரியாமல் இன்று செலவு செய்துகொண்டிருக்கிறோம். இவற்றையெல்லாம் சரிசெய்ய வேண்டுமென்றால் நாம் சுற்றுச்சூழல் பொருளாதாரத்திற்கு

மாற வேண்டும். நம் முன்னோர்கள் பயன்படுத்திய பொருட்கள் மீது நமக்கு நம்பிக்கை வரவேண்டும். எதன் அடிப்படையில் நம் முன்னோர்கள் பயன்படுத்திய பொருட்களை அப்படியே விட்டுவிட்டு நாகரிகம் என்ற பெயரில் புதிய பரிமாணத்திற்கு புதுப்புது பொருட்களுக்கு மாறினோம் என்று மறு பரிசிலனை செய்ய வேண்டும். பராம்பரிய விவசாயம், பாரம்பரிய அறிவியல், பாரம்பரிய மருத்துவம் என்ற அனைத்தையும் மறந்து விளம்பர மோகத்தில் பலவற்றை இழந்து நிற்கிறோம். இவற்றையெல்லாம் சீர் செய்ய நாம் முதலில் இயல் தாவரங்கள், இயல் உயிரினங்களை வளர்க்க வேண்டும்.

இயல்தாவரங்கள்

"இயல் தாவரங்கள்" என்பவை இந்த மண்ணை தாயகமாக கொண்ட பூரண காலத்திலிருந்து விளைகின்ற தாவரமாகும். இந்தத் தாவரங்கள் இந்த மண்ணுக்கும் சூழலுக்கும் பெருந்த நன்மை செய்யக்கூடியவையயாகும். காட்டாக, ஆல், அரசு, மூங்கில், வேம்பு, இலுப்பை, நாவல், பூவரசன் போன்ற இந்த மண்ணை பூர்வீகமாகக் கொண்ட மரங்கள், செடிகள், கொடிகள் இயல்தாவரங்கள் என்று அழைக்கப்படுகின்றன. இவை மண்ணுக்கும் மக்களுக்கும் நன்மை செய்யக்கூடியவை.

அயல் தாவரங்கள்

இந்த மண்ணில் தோன்றாமல் வெளிநாட்டைப் பூர்வீகமாகக் கொண்ட தாவரங்களும், செடிகளும், கொடிகளும், உதாரணமாக சீமைக் கருவேலம், முள்வேலி, சுபாபுல், யூகலிப்டஸ் போன்றவை அயல் தாவரங்கள் ஆகும். இவைகள் இந்த மண்ணுக்கும் சூழலுக்கும் மிகவும் ஆபத்தானவைகள்.

நெல்வகைகளில் நமது பாரம்பரிய நெல் வகைகளைத் தவிர்த்து மற்ற நெல் வகைகள் அனைத்தும் அயல் தாவரங்கள் வகையைச் சேர்ந்தவையாகும். குறிப்பாக பெயருக்கு முன் முன்னெழுத்தைக் கொண்டிருக்கும் (Initial) நெல் வகைகள் அயல் புல் வகையை சேர்ந்தவையாகும். இவைகளை நாம் தொடர்ந்து நமது உணவில் எடுத்துக் கொள்வதால் நாம் நோய் வயப்படுகிறோம்.

இயல் உயிரினங்கள்

இயல் உயிரினங்கள் என்பவை இயற்கை முறையில் கருத்தரித்து பாரம்பரியமாக வளரும் நாட்டு வகைகள் ஆகும்,

தமிழகத்தில் இருந்த நாட்டு மாடுகள், காளைகள், எருமைகள், கோழிகள், ஆடுகள், நாய்கள், ஆகியவைகள் நமக்குத் தெரியாமலேயே திட்டமிட்டு அழிக்கப்பட்டு விட்டது. இவைகள் யாவுமே மிக அரிதான வகையைச் சேர்ந்த இயல் உயிரினங்கள்.

அயல் உயிரினங்கள்

செயற்கை முறையில் கருவூட்டப்பட்டவையும், அயல் நாட்டில் இருந்து தெருவிக்கப்பட்டவையும்' அயல் உயிரினங்கள் ஆகும். இப்போது நாம் வீட்டில் வளர்க்கும் நாய் வகைகளும், பாலுக்காக வளர்க்கும் பசுவகைகள், இறைச்சிக்காகவும், முட்டைக்காகவும் வளர்க்கும் பண்ணைக் கோழிகள், இவைகள் யாவும் அயல் உயிரினங்கள் வகையைச் சார்ந்ததாகும். இதனால் நமது உடல் நலம் கெடுகின்றது, நமது பணம் மருத்துவத்துக்கு அதிகமாக செலவாகின்றது. நாம் ஏழைகளாக்கப் படுகின்றோம், அல்லது கடனாளியாகின்றோம்.

நாம் தற்போது பயன்படுத்தக்கூடிய பால் அனைத்துமே சீம பசுவினுடையது, நம் முன்னோர்கள் பயன்படுத்திய நாட்டு பசுவகைகள் பலவற்றை இழந்து நிற்கிறோம். இப்போது நம் நாட்டுப் பசு வகைகள் அதன் பாலில் இருக்கும் ஊட்டச்சத்து, புரதச்சத்து, நோயெதிர்ப்பு ஆற்றல் மற்றும் மருத்துவ பயன்களால் டென்மார்க்கில் பராமரிக்கப்படுகின்றன.

மனிதன் மட்டும் தனக்கு பிறக்கபோகிற குழந்தை தன் உடலிலிருந்து, உடல் உறவின் மூலம் பெற வேண்டும் என்று நினைக்கிறான். ஆனால் மாடு, ஆடு போன்ற உயிரினங்களை செயற்கையாக கருத்தரிக்க வேண்டும் என்று நினைக்கிறான். மாட்டிற்கு இருக்கும் சிறு உணர்வைக்கூட உணராமல் இயற்கை முறையை பெரிதும் மாற்றி தன்னலம் பெரிதாகி உடனடி தேவைக்கு மட்டுமே இனப்பெருக்கம் என்ற நிலைக்கு வந்து விட்டான் மனிதன்..

நாட்டு பசு மாட்டை செயற்கையாக கருத்தரித்து சீமை பசுக்களை இனப்பெருக்கம் செய்து கொண்டிருக்கின்றோம் நாம். தற்போது நாடும் முழுவதும் சீம மாடுகள் மட்டுமே இருக்கின்றது.. இன்று நாட்டு பசு, நாட்டு கோழி, நாட்டு வாழை என்று அனைத்தையும் கொஞ்சம் கொஞ்சமாக இழந்து நிற்கிறோம்.இதனால் அனைத்தும் நஞ்சாகி மனிதனின் ஆயுட்காலம் முற்றிலுமாக பாதிக்கப்பட்டுள்ளது. மேலும்

பொருளாதாரம் பாதிக்கப்படுகின்றது. கடையிலிருந்து ஒரு பொருளை வாங்கும்போது நம்முடைய பணம் வெளியே போகின்றது. இயற்கையாக உள்ள பொருளை உபயோகிக்கும்போது நம்முடைய பணம் நம்மிடமே இருக்கின்றது., இந்த சிறிய அடிப்படை புரிதல் இல்லாமல்தான் சுற்றுச்சூழல் பொருளாதாரம் இவ்வளவு பாதிக்கப்பட்டிருக்கின்றது நம்முடைய சேமிப்பு என்று எதுவும் இல்லாமல் நாம் அனைவரும் கடன் வாங்கிக்கொண்டிருப்பதன் பின்னணி புரிகிறதா?

உங்கள் குழந்தைக்கு கேன்சர் வேண்டுமா? பாக்கெட் பால் கொடுங்கள், டீ, காபி கொடுங்கள் இவற்றின் மூலம் 400 வகையான நோய்கள் வருவதாக கூறுகிறார்கள். இப்படி இயற்கையைச் சார்ந்து வாழாமல் இருப்பதால் நம்முடைய ஆரோக்கியமும் கெட்டு பணமும் செலவாகி நம்முடைய சுற்றுச்சூழல், மற்றும் பணத்தை, உடல்நலத்தை இழந்து நிற்கிறோம்.

நாம் முன்பெல்லாம் தாகத்தை தணிக்க மோர், தயிர், கம்பங்கூழ், கேழ்வரகு கூழ், எலுமிச்சை சாறு, பதனீர், நுங்கு, கள், தேன், இளநீர் என்று பயன்படுத்தினோம், ஆனால் இப்போது இப்படியான இயற்கை சார்ந்த எதையும் பயன்படுத்தாமல் செயற்கையாக டீ, காபி, பெப்சி, கோக், மாஸா போன்ற செயற்கை பானங்களை அருந்துகின்றோம். இவைகளால் நாம் மெல்ல மெல்ல நோயாளியாக்கப் படுகின்றோம் என்பதுதான் மறுக்க இயலாத உண்மை.

தெருவிற்கு நான்கு டீக்கடைகள் இருப்பதுபோல, தெருவிற்கு நான்கு செயற்கை கருத்தரிப்பு மையங்களும் தற்போது பெருகிவிட்டது. இதற்கு நாம் பயன்படுத்தும் பூஸ்ட், ஹார்லிக்ஸ், காம்ப்லேன் போன்றவைதான் காரணம். இவற்றில் உள்ள ஊட்டச்சத்துப் பொருட்கள், ஆண்மைத் தன்மையைக் குறைக்கும் என்று ஆய்வுகள் சொல்கின்றது.. இதற்கு பதிலாக, நாம் இயற்கைப் பானங்களைப் பயன்படுத்தவேண்டும். எனவே இன்று சுற்றுச்சூழல் பொருளாதாரத்தை நாம் கண்டிப்பாக மீட்டெடுக்கவேண்டிய தேவை அதிகமாகியிருக்கின்றது..

சுற்றுச்சூழல் பொருளாதாரத்தில் உள்ள ஒவ்வொரு விஷத்துக்கும் ஒவ்வொரு அரசியல் இருக்கின்றன. நம் சுற்றுச்சூழலைப் பாதுகாக்க, இயற்கை வளங்களைப் பாதுகாக்க நம்முடைய அரசியலைப்பில் பல சீர்திருத்த

நடவடிக்கைகளை எடுக்க வேண்டும். இந்திய அரசியலில், மேற்கு வங்கத்திலும், கேரளாவிலும் மட்டும்தான் அந்தந்த இடங்களில் உள்ள இயற்கை வளங்களைப் பாதுகாக்க அந்தந்த ஊராட்சிகளுக்கே அனுமதி வழங்கப்பட்டுள்ளது. அதனால்தான் அங்கு இயற்கைக்கு எதிராக சட்டங்கள், திட்டங்கள் எழும்போது மக்களின் குரல் ஓங்கி ஒலிக்கின்றது. அதுமட்டுமில்லாமல் மக்களின் பல போராட்டங்கள் வெற்றியடைந்திருக்கின்றது..

தமிழகத்தில், தாமிரபரணி போராட்டங்களின் தோல்வி இப்போது புரிகிறதா? இங்கு ஆட்சியாளர்கள் கையில்தான் அனைத்தும் இருக்கின்றது.. பொதுவாக ஒவ்வொரு ஊராட்சிக்கு 7 துணை நிலை குழுக்கள் உள்ளன. இந்த துணை நிலை குழுக்களில் சுற்றுச்சூழல் மேலாண்மை குழுவும் உள்ளது. இந்தச் சுற்றுச்சூழல் மேலாண்மை குழுவை நாம் செம்மையாக மேம்படுத்துவதன் மூலம் பல மாற்றங்களைக் கொண்டுவரலாம்.

ஒவ்வொரு முறையும் தவறான, சுற்றுச்சூழலுக்குக் கேடு விளைவிக்கக்கூடிய திட்டங்களைச் சட்டமன்ற உறுப்பினர்கள், பாராளுமன்ற உறுப்பினர்கள் கொண்டுவரும்போது அந்த திட்டத்தையும், அதை ஆதரிக்கின்ற உறுப்பினர்களையும், திரும்ப பெறும் அதிகாரம் வேண்டும். இந்த அதிகாரம் மக்களுக்குக் கிடைக்கும் பட்சத்தில் இந்திய அரசியலில் மாற்றம் ஏற்படும், சுற்றுச்சூழலுக்கும் நன்மை ஏற்படும்.

தற்போது வாக்காளர்களுக்கும் ஆட்சியாளர்களுக்கும் உள்ள தொடர்பு ஒருவழி பாதையாக இருக்கின்றது.. வெறும் ஓட்டுபோடும் அதிகாரம் மட்டுமே மக்களுக்குப் போதாது கூடுதலாக மக்களுக்கு எதிராக ஆட்சியாளர்களை திரும்ப பெற வைக்கிற அதிகாரமும் மக்களுக்கு வேண்டும்.

நிறைவாக, ஒரு விஷயத்தை சொல்லி இந்த உரையை முடிக்கிறேன். புத்தர் 2500 வருடங்களுக்கு முன்பு மனிதர்களைப் பார்த்து ஒரு கேள்வியை எழுப்பினார், மனிதருக்கு எல்லாவற்றையும் தருகிற இயற்கைக்கு மனிதன் என்ன தருகிறான் என்று? இந்தக் கேள்வியை மனிதர்களை மட்டும்தான் கேட்கிறார் மற்ற அனைத்து உயிரினங்களும் தங்களால் முடிந்தவற்றை இயற்கைக்கு செய்கின்றது. சிறு சிறு பூச்சிகள், புழுக்கள் போன்ற உயிரினங்கள்கூட தாவரங்களின் மகரந்த சேர்க்கைக்கு பயன்படுகின்றது.. எப்படியாவது

ஏதாவதொரு பயனை மற்ற அனைத்து உயிரினங்களும் இயற்கைக்கு கொடுக்கின்றது. ஆனால் மனிதன் என்ன செய்கிறான். காற்று, மழை, உணவு என எண்ணற்ற பயன்களை இயற்கையிடமிருந்து பெற்றுக்கொண்டு இயற்கைக்கு என்ன தருகிறான்? ஒன்றுமே செய்வதில்லை.

ஒட்டுமொத்த உலகையே, காப்பாற்றுகிற இயற்கையை மனிதன் குறைப்பது, குலைப்பது, அறமாகுமா? இயற்கையை மனிதன் அழித்தால் மனிதன் எங்குதான் போகமுடியும். மனிதரை யார்தான் காப்பாற்ற முடியும் என்ற கவலைக்குரிய கேள்வியோடு இந்த உரையை முடித்துக்கொள்கிறேன்.